பட்டாம்பூச்சியின் பாதச்சுவடுகள்

கவிதைகள்

அந்த்ரே அர்ஜூன்

தலைப்பு: பட்டாம்பூச்சியின் பாதச்சுவடுகள்

ஆசிரியர்: அந்த்ரே அர்ஜூன்

புத்தகம் வகை: கவிதை தொகுப்பு

மின்னஞ்சல்: arjunanthray@gmail.com

படவரி: t.h.i.n.g.a.l

புத்தக அட்டை வடிவமைப்பு: ஹஷ்வினி ரவீந்திரன்@hash_paints

முதல் பதிப்பு:2026

வெளியீடு: Notionpress.com

என்னுரை

வணக்கம்! நான் என்னுடன் இருக்கும் தருணங்களில் நிகழ்ந்த இக்கவிதை தொகுப்பு இன்று உங்கள் கை சேர்ந்ததில் மகிழ்ச்சிக்கொள்கிறேன்! கடற்கரையில் நின்றுக் கொண்டிருக்கையில் கால் தொடும் சிறு அலைகளின் ஸ்பரிசத்தை இப்புத்தகத்திலிருக்கும் ஒரு வரியாவது உங்களுக்கு நிகழ்விக்கும் என நம்புகிறேன். நன்றியும் பேரன்பும்!

என் தாய் தமிழுக்கும், மீக்கா அவர்களுக்கும், என் பெற்றோருக்கும்,
என் தம்பிகளுக்கும், என் நண்பர்களுக்கும் மற்றும்
என்னை எழுதவைத்த அந்த பட்டாம்பூச்சிக்கும் என்பெரும் நன்றி!

வேனிற்காலம்

நான்
நம்பாமலிருக்கும்போதெல்லாம்,
நிகழ்ந்து கொண்டிருக்கும்
அற்புதம் நீ!
•

நொடிகளுக்கு நடுவே உள்ள
இடைவெளிகளிலும்
இடி இடித்துக் கொண்டிருக்கிறாள் என்னை!
•

எதிலெல்லாம்
உன் முகம் தெரிகிறதென
பட்டியலிட்டுக் கொண்டிருக்கிறேன்.
தினமும் சுகித்து!

•

வானொலியில்
காதல் பாட்டு,
நெஞ்சு முழுக்க நீ!
•

நள்ளிரவில்
நிழல் தெரிந்தால்,
அண்ணார்ந்து பார்
அவள் தெரிவாள்!

•

அமுதம் வேண்டாம்,
அவள் முத்தம் போதும்!

பாட்டொலிகள் வேண்டாம்,
அம்மூச்சொலிகள் போதும்!

கவிதைகள் வேண்டாம்,
அக்கன்னக்குழி போதும்!

காணிகள் ஏதும் வேண்டாம்,
அக்காதுமடல் போதும்!

பூக்களொன்றும் வேண்டாம்,
அப்பூவிழிகள் போதும்!

போதைக் கிரக்கங்கள் வேண்டாம்,
அக்கழுத்துச் சுருக்கங்கள் போதும்!

உடுக்கள் சுற்றித் தீரும் உலாக்கள் வேண்டாம்,
அவள் விரல்கள் பற்றிச் செல்லும் விழாக்கள் போதும்!

•

துவண்டு
தொலைந்து
பரிதவிக்கும்
என் கண்களுக்கு
உன் பிம்பம்
ஆகூழின்பம்!

•

நின் கூந்தல் சேரவில்லையெனில்,
எங்கு பூத்தும்
என்ன பயன்?
•

துளியும்
என் அனுமதியின்றி
எவ்வித சலனமுமின்றி
எந்த நொடியில் என்னை ஆட்கொள்ள
தொடங்குகிறது உன் காதல்?
என் நாளின் இனிமைகளெல்லாம்
உன்னாலே விடிகிறது.
நட்சத்திரங்களுக்கு நடுவே
ஒளிரும் விருட்சம் நீ!
என் **மெய்மலர் சுந்தரி**!
•

என் வானில் மழைமேகங்கள்
நீ வந்ததால்!
என் கிளை பூக்கிறது
உன் தீண்டலால்!
வசந்தம் கொண்ட வனமாகிறேன்
உன் இருப்பில்!
உன்னுடன் இருக்கும்
இக்கணங்களையெல்லாம்
நெஞ்சுக்குள் வண்ண நகலிட்டுக்கொள்கிறேன்,
பின்னொரு நாளில்
கவிதை பின்னுவதற்கு!

•

வான் பார்க்கையில்
உன்னை நினைத்துக் கொள்கிறேன்.

உதித்திடும் நற்புலரிக்கு
நின் கண்களின் சாயல்.
பரிதியின் சோதிக்கு
உன் வனப்பு.

வெற்று நீலவான்
நீயெனவே பிரதிபலிக்கிறது,
அன்று போலவே இன்றும்.

முகில்களின் பயண உலாக்கள்
உன்னிருப்பை தேடியே.

ஆடி அலைந்தோய்ந்து
உன்னிடமே சங்கமிக்கிறது அந்தி.

இவ்வனைத்தின் மூலம்
என்னுடன் தான்
இருந்துக்கொண்டிருக்கிறாய் நீ!
•

முத்தத்திற்கு கிடைக்கப்பெறும்
ஆகச் சிறந்த பரிசு
உன் உதடுகள்!
•

இசையும்
இலக்கியங்களும்
புரியாதிருக்கும் நிலையில்
துளியும் குழப்பமில்லை.
எப்படியிருந்தாலும் அதன் பொருள்
நீயென்பது மட்டும் தானே..!
•

தேம்பூங்கட்டியாக
இருந்துக்கொண்டு,
ஏன் எனை மொய்க்கிறாயென கேட்டால்,
என் சொல்வேன்?
அதுதானே என்
தலைத்தொழில்!
•

நாமென்பது இன்பம்.
நீயென்பது அர்த்தம்!

•

பயத்தில் பதி அவள்
பாலையில் நதி அவள்
குறளின் நெறி அவள்
கபிலன் வரி அவள்
பல்லவர் உளி அவள்
மீனாட்சி கிளி அவள்
சுவையில் மா அவள்
தமிழில் **ழ** அவள்!

•

எந்தன்
பேராசைகளென்பது,
நின்னில்
சரணடைதல் மட்டுமே!
•

நத்தையின் கூட்டறைக்குள்
ஒளியென்பது எதுவோ?
அதுவே நீயெனக்கு!

தோகைவிரித்தாடும் மஞ்ஞைக்கு
இசையென்பது எதுவோ?
அதுவே நீயெனக்கு!

கடல் தேடும் நதிகளுக்கு
வழியென்பது எதுவோ?
அதுவே நீயெனக்கு!

இலைகளற்ற மரங்களுக்கு
நிழலென்பது எதுவோ?
அதுவே நீயெனக்கு!

பிழைத்திருக்க மட்டுமல்ல,
இப்பிறவியை வாழ்வதற்கும்
எஃதொன்றெல்லாம் தேவையோ?
அவையெல்லாமும் தான்
நீயெனக்கு!

•

என் உறக்கங்களுக்கு
உன்னை எடுத்துச் செல்கிறேன்.

என் கனவுகளுக்கு உன் அருநிழல்,
அதில் வர்ணங்களும் நீ.

அங்கே, பதப்படுத்தப்பட்ட இதமான காற்றில்
கமழுகிறது உன் வாசனை.

நான் தொலைந்த அடர்கானங்களுக்கு
உன் கருங்கூந்தலின் சாயல்.

கண்விழித்தும் கூட
நின் தோன்றலை
எண்ணித்தான் கழிகிறது என் பகல்!
•

எது எப்படியோ,
நீயெனக்கு
நாம் தான்!

•

நூலகத்திற்குள்
யாவரும் பயணிக்கத் தவறிய
ஒரு அறையின்
மூலையிலுள்ள கடைசி பெட்டகத்தில்
தூசுப் படிந்த புத்தகத்தின்
நடுப்பகுதிக்குள்
அவள் இருக்கிறாள், வாசனையாக!
தேடி முயன்றெடுத்து
முகர்ந்து பாருங்கள்,
நம்பாமலிருக்கமாட்டீர்கள்..!
•

இரவும்
வந்துவிட்டது.
காலையிலிருந்து
தொடர்ந்து கொண்டிருக்கும்
சண்டையை முடித்துவைக்க ஒரேவழி
போரை தொடங்குவதுதான்
என்று உணர்ந்தவன்
மெதுவாக
அவள் காதில் முணுமுணுத்தான்,
“நீயே சொல்,
முத்தமிட்டு
எங்குத் தொடங்க?”
•

இங்கே வா
பக்கத்தில் உட்கார்.
என் கவிதையொன்றை காண்பிக்கிறேன்
படித்துவிட்டு பிடிக்கவில்லையென்று சொல்.
மறுபக்கம் திருப்புகிறேன்
மீண்டும் அவ்வாறே சொல்.
ஒருவேளை,
உனக்கு பிடித்திருக்கிறதென்பதை
என் எழுத்துக்கள் அறிந்தால்
காகிதத்திலிருந்து குதித்தெழுந்து
உன் சுண்டுவிரல் பற்றிக்கொண்டு
உன்னுடனே வந்துவிடும்.
அவ்வளவு பெரிய இழப்புக்கு
நான் தயாரில்லை!

•

நீ கவி ஆகவே,
கவி ஆனேன் நான்!

•

அருகில் ஆலமரம்
வீட்டுக்கூரையில் சேவல்
முன்வாசலில் ஐவர்ணக் கோலம்
நடுவே பூசணிப்பூ
வாசற்படியில் தடம் வரைந்தபடி நத்தை
மின்பலகையில் குருவிக்கூடு
ஆகாய ஊஞ்சலில் சிலந்தி
தோட்டத்தில் துளிர்விட்ட மாமரம்
கூடவே கொஞ்சம் வளர்ந்த
செம்பருத்திப் பூச்செடி
கிணற்றுக்குள் நிழல்
அண்டைவீட்டு தென்னமரத்தின் தலை
எங்கள் வீட்டுச் சுவற்றுக்குள்
திண்ணையில் கண்கண்ணாடி
பக்கத்தில் தாத்தாவும் செய்தித்தாளும்
அடுப்பில் வாசனை
அம்மிக்கல்லில் உளுந்து
குழவியை விசைக்கிறாள் பாட்டி
ஊதாங்கோல் இசைக்கிறாள் அம்மா
அண்ணனும் அப்பாவும் கடைவீதியில்
தூரத்தில் தம்பி கையில் பட்டம்
என் கையில் நூல்
விரல் பிடித்துக்கொள்ளும்
பக்கத்து வீட்டு தமிழ்செல்வி.
வருடம் முழுதும் நினைத்துக்கொள்வதற்கு,
பாட்டி வீட்டில் நிகழும் அந்த கோடை விடுமுறை!

•

மின்வெட்டு இரவுகளில்
என்னை உறங்கவைக்க,
தாலாட்டு பாடுகிறது
கடிகாரம்!

•

உன்னிடம்
சொல்ல விரும்பும் அனைத்தையும்
ஒரு பச்சைப் புத்தகத்தில்
வரைந்து வைத்திருக்கிறேன்.
அதை கவிதையென்றும்
முடிந்துகொள்கிறேன்!

அவற்றை
என் வீட்டுப் பூனையிடம் வாசித்துக் காட்டி
முத்தமும் பெறுகிறேன்.

நட்சத்திரங்களுக்கு சொல்லி
ஒளியும் ஊட்டிக்கொண்டிருக்கிறேன்.

வான்மேகங்களும் இதைக் கேட்டு
தன்னுருமாற்றி
நடனமாடுகின்றன.

மொட்டைமாடியில் உணவு கொறிக்க
வரும் புறாக்களுக்கு
நீதான் பிடித்த கதை!

உன்னைத் தெரிந்துகொண்ட பின்,
இங்கே
சுதந்திரமாய் பறக்கும் பறவைகள் முதற்கொண்டு,
நிலையற்ற அலைகளைப் போலிருந்தவையெல்லாம்
என்னுடன் சேர்ந்து
உன்மேல் காதல் கொள்கின்றன!

•

என் தேசம் போர் கண்டால்,
நீயே என் புகலிடம்!
•

கார்காலம்

எங்கிருந்தோ வந்த **மின்மினி**
முத்தமிட்டு மறைந்துவிட்டது.
அந்த வெளிச்சத்தில்தான்
எழுதிக் கொண்டிருக்கிறேன்!
•

தேன் அனைத்தையும் உறிஞ்சிக்கொண்டு
பாதச்சுவடுகளை மட்டும்
பரிசாக விட்டுச் சென்றது
அந்த **பட்டாம்பூச்சி**!

•

முத்தமிட்டு
சுட்டுவிட்டது **சூரியன்**!
•

தொலைந்து போவதற்காகவே
நான் கண்டடைந்த பூவனம் **நீ**!

தொலைப்பதற்காகவே என் உள்ளங்கை
வந்தமர்ந்த நட்சத்திரம் **நீ**!

•

பிரிந்ததற்கு திரட்டிய
எந்த காரணங்களும் ஞாபகமில்லை.
அனைத்தும் மறந்துவிட்டன,
உன்னைத் தவிர..!

•

மழை நின்றுவிட்டது
குடையை மடிக்கத்தான் மனமில்லை!

•

அகத்தில் துளிர்விட்ட வாழ்வு
மறுக்கப்பட்டதன்
நினைவுகளை கொன்று புதைத்த பின்,
எதுவுமற்ற இப்பெருவெளியில்
ஆதாயமென்ன?

அகத்தில் துளிர்விட்ட வாழ்வு
மறக்கப்படுவதென்பது
எப்படி விடுதலையாகும்?
•

எல்லாம் போகட்டும்...
ஓடும் நீரோட்டங்களில்
ஏதேனும் ஓர் நுண்கிளை
பற்றி நிற்கும் சருகு போல்,
என் கையிறுக்கி
நீ மட்டும் இருந்தாலென்ன?

•

நானே
என்னைத் தேடி அலைகையில்,
நீங்கள் மட்டும்
இவள் இப்படித்தான் என்று
எப்படிச் சொல்ல முடிகிறது?
•

அப்படி என்ன ஆகிவிடப் போகிறது?
ஒருமுறை
என்னைப் பார்த்தால்!
புன்னகைத்தால்!
•

உன்னையும்
என்னையும் தவிர
எவரும் அறியப்போவதில்லை,
இங்கே,
உலகின் தலைசிறந்த
ஓர் காதல்கதை இருந்ததென்று..!

•

நீ வரவே
நான் இன்னமும்
காத்திருக்கவில்லை!

நீ வந்துதான்
ஆக வேண்டுமென்று
எந்த ஒரு கட்டாயமும் இல்லை!

நீ வா
என்றெல்லாம் நான்
ஏதும் சொல்லவும் மாட்டேன்!

ஒருவேளை,
மனமிறங்கி
திரும்பி வர
நினைப்பாயேயானால்
தயங்காதே..!
•

போதுமென மறுத்த பின்னும்
இதுதான் கடைசிவாய் என்று
ஊட்டிவிட்டாள் அம்மா.
அங்கே விதைக்கப்பட்டது
எப்போதும் எல்லோரும்
இன்னும் கொஞ்சம்
தந்துவிடுவார்களென்ற **நம்பிக்கை**!
•

பிரிந்து செல்லவே
முடிவெடுத்துவிட்டீர்கள்.
எஞ்சியிருக்கும் மிச்சம் மீதியையும்
கொட்டிவிட்டு சென்றுவிடுங்கள்.
நானாகவே
முயன்று
எழுந்து
பொறுக்கிக்கொள்கிறேன்.
என்னை காணவில்லையெனும் போராட்டத்தில்
உங்களை தேடவைத்துவிடாதீர்கள்..!
•

நான்
பூ பூப்பதில்லை
கனி நிறைப்பதில்லை
நிழல் விரிப்பதில்லை
இவ்வளவு ஏன்,
எந்தவொரு பறவையும் கூட
என் தோளமர்வதில்லை.
பிறகு,
எந்த நம்பிக்கையில்
மழைத்துளி என்மேல் விழுகிறது?
•

கண்விழித்தெழுந்த காலை வேளையிலும்
அலுவலக நேர இடைவேளைகளிலும்
பேருந்து பயணங்களிலும்
உறங்கச் செல்லும் பொழுதுகளிலும்
உன் நினைவேக்கம்
குத்தூசி இரணமாய்
என்னை கொத்தும் கணமெல்லாம்,
அங்கே நீயும்
என்னை நினைத்துக்கொண்டிருப்பாயோ?
என பாழடித்துக் கொள்கிறது மனம்!

•

எனக்கு
நான் மட்டும் தான்
தூரத்தில் இருக்கிறேன்,
நீயல்ல!
கண் மூடுதல் போதுமானது
உன்னை காண்பதற்கு!
•

உன்னிடம் ஓடி வர
எத்தனையோ கணங்கள்
இங்கே நேர்ந்திருக்கிறது.

இன்னும் தூரமாக
தள்ளிவிட்டுவிடுவாயோ?
எனும் பயம் தான்.

இப்பொழுதும் கூட
வழி தெரியாமல் ஒன்றுமில்லை.

ஒருவேளை,
வழி மறந்துவிட்டால்
தேடி வருகிறேன்!
•

கைகள் நீளமாக இருந்தாலும்
பதிலுக்கு கட்டியணைக்க மறுக்கின்றன
மரங்கள்!

•

பச்சை நிறம் படரும் முன்பே
கூட்டைப் பிரித்தெடுத்து வந்த கிளிக்கு
கற்பிக்கிறார்கள்
அம்மா என்றழைக்கச் சொல்லி!

•

தழும்ப தழும்ப நிரப்பிய தண்ணீரை
காணவில்லை
சட்டைப்பையிலிருந்து!

•

கவிதை
எல்லோருக்குமானதாக
இருக்கவேண்டும்
என்றெண்ணித்தான் எழுதுகிறேன்!
எனக்கென்று எது?
•

நிலாவை
யாரோ திருடிச் சென்றுவிட்டார்களென்று
பதட்டத்தில் பாட்டியிடம் முறையிட்டேன்.
அலட்சியமாக
ஏதோ அமாவாசை என்கிறாள்!
•

இவ்வளவு நாள்
தனது நிழலில்
முளைத்திருந்த புற்களையுண்டு
வளர்ந்த கிடா
மஞ்சள் நீரால் நனைக்கப்பட்டும்
இமை சிமிட்டாது நிற்பதை
வேடிக்கை பார்த்துக்கொண்டிருந்தது
சீலையணிந்த வேப்பமரம்!

•

ஏன்
இப்போதெல்லாம்
கனவில் வரமாட்டுகிறாய்?

துயிலெழுந்தவுடன்
துக்கம் தரமாட்டுகிறாய்?

எண்ணத்துள் உன்னோட்டம்
தென்படக் காணலையே முன்பு போல!

ஒருவேளை,
நீ கிழித்த கீறல் மூடிவிட்டதா?
அல்லது
நீ திரும்பி வருவாயெனும் நம்பிக்கை
முழுவதுமாய் கரைந்துவிட்டதா?

வேடிக்கையைப் பார்,
இத்தனைக்கு பிறகும்
குணமானதை கூட கொண்டாட முடியவில்லை!

•

நூலகத்திற்குத்தான்
பயணச்சீட்டு வாங்கினேன்.
ஆனால், போர்க்களத்தில் இறக்கிவிட்டார்கள்.
இங்கே
பிணங்களின் மேல்
பூச்செடிகளை
நட்டுக்கொண்டிருக்கிறேன்..!

•

முதல் பார்வையும்
பூங்கொத்துக்களும்
கை வரைந்த கடிதங்களும்
வயிற்றில் வண்ணத்துப்பூச்சிகளும்
மின் குறுஞ்செய்திகளும்
உலவிரவு சந்திப்புகளும்
காலமினிக்கும் காத்திருப்புகளும்
பண்ணுசுதியில் யுவனும்
கவிதையில் நாமுத்துக்குமாரும்
கற்றது தமிழும்
காதலெனும் மோசடிப் பூங்காவின்
முதல்தர படிக்கட்டுகள்!

தள்ளி நின்று,
தப்பி பிழைத்துக்கொள்ளுங்கள்!
•

ஏதொன்றும் புனிதமல்ல!
காதலொன்றும் புனிதமல்ல!
நீயும் நானும் கூட.
எனில்,
இப்பிறவி மட்டும் எங்ஙனம் நிற்பது?
எவ்வொன்றும் புனிதமற்று போகுமாயின்,
இவ்வாழ்வெதற்கு?
உயிர்வரை வேரிட்டிருந்த
காதல் கைவிட்ட பின்,
கலையெனும் மோகத்தில்
அவளில்லா தாகத்தை
இசைத்து,
கவித்து,
திளைப்பதற்கு தானோ?

•

காத்திருந்து
ஓய்ந்து மறுத்துப் போனது.
எப்பொழுதும் போல
அதுவும் ஒருநாள்.
அந்திக்கும் இரவுக்கும்
இடையிலாடும் பொழுதில்,
எதையும் எதிர்பாராத சமயத்தில்
அலைப்பேசியில் ஒலி சத்தம்.
அனைத்து தொடர்புகளையும் பின்தள்ளி
வரிசையின் முதல் தளத்தில்
ஏதோ ஓர் புது எண்ணிலிருந்து
குதித்தெழுந்தபடி வந்து நின்றது
ஒரு மின்குறுஞ்செய்தி.
இருப்பினும்
பரீட்சயமாகவும் தென்பட்டது.
திறந்து பார்த்து
எழுத்து கூட்டிப் படித்தேன்
“எப்படி இருக்கிறாய்?”
என்று அவள் குரல் கேட்டது.
தூக்கமும் கலைந்தது!

•

நீ
என்னுடன் இருக்கும்போதே
என்னுடன் இருந்ததில்லை!

இப்போது மட்டும் என்ன கேள்வி?
“என்னை **Miss** பண்ணியா?” என்று!

•

என் உடல் முழுதும்
நீலம் பூசிச் சென்றிருக்கிறாய்.
என் பார்வையில்
எப்போதும்
நான் விஷமுற்றிருக்கிறேன்!

•

கோபமோ?
வருத்தமோ?
ஒன்றுமில்லை!

எவரும் தொடாதபோது
உன் அணைப்பு
ஆறுதல் தழுவியது.

எதுவும் இல்லாப் பொழுதுகளில்
உன் இருப்பு
ஆசுவாசம் தந்தது.

உன் விருப்பின்றி
வாழ்வின் எல்லை வரை
நீ வர
நான் எப்படி உத்தரவிட முடியும்?

இக்கணம் வரை
பெய்த மழையாய்,
வருடிய தென்றலாய்,
மிளிர்ந்த ஒளியாய்,
இசைந்தது போதும்.

நீ போ!

•

கூதிர்காலம்

சுவற்றில் விரிசல்,
நாட்களுக்குப் பின்
கண்டேனதில் **பூச்செடி**!

•

பெரும்பாறையின் மேல் விழும்
ஒரு துளி
ஆயிரம் கதைகளை கொண்டது!
•

ஆழமுமில்லை
தூரமுமில்லை
உயரமுமில்லை
கையெட்டும் தூரம்தான்
எல்லாம்!

•

வானம் இங்கேதான் இருக்கிறது,
மேகங்கள்தான் கடந்து செல்கின்றன!

•

பூக்க மறந்த விண்மீனுக்கு
தண்ணீர் ஊற்றி காத்து நிற்கிறேன்.

பறக்க மறந்த ஆட்டுக்குட்டியின்
கூட்டை திறந்து பார்த்து நிற்கிறேன்.

பேச மறந்த பாறைக்கு
பக்தி தூவி வேண்டி நிற்கிறேன்.

மெல்ல மெல்ல புரிகிறது!
எது எது என்னவாக இருக்க வேண்டுமென்று
முடிவெடுப்பதற்கு நான் யார்?

•

யாரேனும் ஒருவரால்
அன்பின்வழி தேடப்பட்டால்,
நீங்களே இவ்வுலகின் முதல்நிலை செல்வந்தர்..!

•

வான் பார்
நிலா பேசு
குயில் கேள்
விதை விதை
கண்ணாடிக்கு முத்தமிடு
சுயப்படம் எடு
பண் பயில்
பட்டாம்பூச்சி பின்தொடர்
அவள் பெயரெழுது
கடிதம் வரை
காதல் கொள்
நொறுங்கி போ
கனவு துரத்து
அன்பு உமிழ்
மறந்து சிரி
பறந்து திரி

•

ஒரு இசையின்
ஒரு சினிமாவின்
ஒரு புத்தகத்தின்
ஒரு குழந்தையின் அறிமுகம்,
இவ்வாழ்வின் அழகியல் நோக்கி
உன்னை நகர்த்தும்!

•

அப்பாவின் புகைப்படத்திடமிருந்து
விடுதலை பெற்றது
இடிக்கப்பட்ட வீட்டுச் சுவற்றில்
அறையப்பட்டிருந்த ஆணி.
இவ்வளவு நாள்
அப்பாவை நாங்கள் நினைந்தோம்.
ஆனால்,
ஆணிதான் ஏந்திக்கொண்டிருந்தது
•

சபிக்கப்பட்டவன் கலைஞனாகிறான்,
இரசிக்க முடிந்தவனே கடவுளாகிறான்!

விடியற்காலை துயிலெழுந்து,
தனக்குத் தானே
ஒரு கோப்பையில்
குமிழிகள் தழும்பக்
குளம்பியை நிறைத்தெடுத்துக்கொண்டு,

அறையின்
சூரியக்கதிர் படரும்
சாளரத்தின் அருகே
நாற்காலியில் அமர்ந்தபடி,
சாலையின் அந்தப் பக்கமுள்ள மின்கம்பியில்
அங்குமிங்கும் தாவி மகிழும்
மைனாக்களை வேடிக்கைப் பார்த்துக்கொண்டிருக்கும்
தாத்தாவிடம்

“எப்படித்தான்
இந்த இனிப்பில்லாத காப்பியை
குடிக்கிறீர்கள்?”
என்று கேட்டதற்கு,

•

“எப்பொழுதும் போல
இக்கணமும் அவளைத்தான் நினைத்துக்கொண்டேன்;
முதல்துளி உதட்டைத் தொட்டதுமே
இனித்துவிட்டாள்.

இதன்பின்
இக்குளம்பியின் ஒவ்வொரு வாய் பருகுதலும்
திகட்டத் திகட்ட
வெகுமதிதான்!”

என்று சொன்னார்.

ஆக,
தினசரி வாழ்வின் அனைத்து செயல்களிலும்
அவ்வொருவரை நினைத்துக்கொண்டே இருத்தல்தான்
காதல் போலும்!

•

உன் உயிர்வரை
வேரூன்றி கிடக்கும் காதல்
பிரிந்தால்,
தொலைந்தால்,
மறைந்தால்,

எங்கோ செல்
எல்லைகள் தாண்டு
மலை ஏறி வான்தொடு
குளிர் கட்டியணைத்து உறங்கு
தோலுரித்து புது உருவம் கொள்.
சில பொழுதுகளோ
ஓரீரு நாட்களோ
மூவேழு திங்களோ
இவையெல்லாம் எண்ணிக் கடக்கப் பார்.
கலங்கிய நீரின் தூசுக்கள்
வடிந்து தரைப்படியும்.
கனத்தவையும் கரையும்.

ஏதோ ஓர் நுண்துளையில்
சிறு ஒளி தென்படும்.
கொஞ்சம் அனுமதிக்கொடு
அது உன்னைச் சூடிக்கொள்ளும்!
•

தேநீர் கடை வானொலி
மழை வருமென கூவியதும்
நம்பவில்லை.

குப்பையில் கடந்த காகிதம்
காற்று வீசும் திசையில்
பறக்கத் தொடங்கியது.

தலைக்கு மேல் நீலவானம்
கருமேகங்கள் சூழ்ந்து
மறையத் தொடங்கியது.
இப்பொழுது கொஞ்சம் பயம்தான்.

நனைவதற்குள் வீடு சென்றடைய
வேண்டுமென வேகமாக நகர்ந்தேன்.

அப்பாடா! ஒருவழியாக
வீடு வந்துவிட்டோமென
படியேறும்போது
ஒருதுளி கன்னத்தில் விழ
நின்றேன்.
பின் சென்று
பொழியும் மழையில்
முழுவதுமாய் நனைந்தேன்,
துள்ளி குதித்தேன்!
இரசித்தேன்!

பயத்தை மறைத்து
இவ்வளவு மகிழ்ச்சிக்கு உயிர்கொடுத்து
என்னை கழுவியது
அந்த “**முதல் துளி**”!

•

எங்கு வேண்டுமானாலும்
ஓடி ஒளிந்துக்கொள்.

உனைச் சுற்றி
மூன்று வடிவிலான பெட்டகம் அமைத்து
கேடயமும் சூழ்ந்துக்கொள்.

ஆனால்,
எந்தவொரு முன்னெச்சரிக்கையுமின்றி
காலம் தவறி பெய்யும் மழை போல்
காதல் உன்னையும் வந்தடையும்!

உன் திட்டம் அனைத்தையும்
சீர்குலைக்கும்.

பாரபட்சமின்றி
உன்னை முழுவதுமாய் நனைக்கும்.
கொதித்து தூரியபடி
உன் தோல்களைச் சிதைக்கும்.

பலத்த காற்றுடன் கைகோர்த்து
எதிர்த்திசையிலிருந்து வீசி
உனை பின்னோக்கி தள்ளும்.

இவையனைத்தின் வீரியமாவது
குறைய வேண்டுமென்றே
உன் கடைசி உயிர்வரை
மண்டியிட்டு கெஞ்ச நேரிடும்.

திராணி இருந்தால் தாக்குப்பிடி,
விடிந்தப்பின்
முளைக்கப்பட்டிருப்பதை உணர்வாய்!

•

கலைபோல் ஓரமிர்தமுண்டோ?

N O T E S

NOTES

NOTES

www.ingramcontent.com/pod-product-compliance
Lightning Source LLC
LaVergne TN
LVHW090330210926
848480LV00004B/1366
* 9 7 9 8 9 0 3 9 2 8 9 3 4 *